நினைவின் கரையில் ஒரு தேநீர் குவளை

சி ஜெயகிறிஸ்துராயர்

நினைவின் கரையில் ஒரு தேநீர் குவளை

Ninaivin Karaiyil Oru Theneer Kuvalai

சுய வெளியீடு

Notion Press மூலம் அச்சிட்டு வெளியிடப்பட்டது.

முதல் பதிப்பு: 2026

தொடர்புக்கு:

ஆசிரியர்	:	சி ஜெயகிறிஸ்துராயர்
மின்னஞ்சல்	:	sjayachristrayar@gmail.com
இணையதளம்	:	www.jayachristrayar.in
படவரி	:	@naankirukkan_yaathra

தெய்வங்களுக்கும் தேவதைகளுக்கும்,
இருளுக்கும் வெளிச்சத்திற்கும்,
நிலவுக்கும் நட்சத்திரங்களுக்கும்...

அவளுக்கும்
அவர்களுக்கும்
நினைவில் இன்னும்
எங்கோ
வாழ்ந்து கொண்டிருப்பவர்களுக்காகவும்..

என்னுரை

சில உணர்வுகள் சொல்லப்படுவதற்காக இல்லை. அவை உணரப்படுவதற்காக தான். சில நேரங்களில் அவை சொல்லப்படாமல் இருந்தால்தான் முழுமையாக இருக்கும்.அந்த சொல்லப்படாத இடங்களில்தான் இந்த நூலின் வரிகளும் உருவாகின்றன.

இந்த நூலில் இருக்கும் வரிகள் ஒரு கதையை சொல்லவில்லை. ஒரு வாழ்க்கையையும் முழுவதுமாக விவரிக்கவில்லை.அவை ஒரு முடிவையும் தரவில்லை.
அவை வெறும் தருணங்கள் ஒரு பார்வை, ஒரு மௌனம், ஒரு முடிக்கப்படாத உரையாடல்.அந்த சிறிய தருணங்கள் நேரம் கடந்த பிறகே நினைவுகளாக மாறுகின்றன.

அந்த நினைவுகளே நம்மை விட்டு போகாமல் நம்முடன் தங்கி விடுகின்றன. நாம் அவற்றை விட்டு வெளியேற முயற்சிக்கிறோம். ஆனால் சில வாசனைகள், சில இடங்கள், சில பாடல்கள், சில மழைத்துளிகள் கூட அவற்றை மீண்டும் நம்மிடம் கொண்டு வந்து நிறுத்துகின்றன. ஒரு கணம் போதும்; அனைத்தும் திரும்பி வர.அந்த ஒரு கணம் நம்மை முழுவதுமாக மாற்றி விடுகிறது.

அந்த மாற்றங்களின் கரையில்தான் நாமெல்லாம் ஒருமுறை அமர்ந்திருப்போம். அங்கே சிலர் இன்னும் இருக்கிறார்கள். சிலர் அங்கேயே தங்கி விட்டார்கள். அந்த இடத்தில்தான் இந்த வரிகளும் பிறக்கின்றன.அந்த இடத்தைத் தொடும் போது தான் நாம் யாரையாவது நினைக்கத் தொடங்குகிறோம். இந்த வரிகளில் நீங்கள் யாரையாவது தேடலாம்

ஒரு முகம், ஒரு குரல், ஒரு பெயர். சில நேரங்களில் அவை தெளிவாக இருக்காது. ஆனால் அந்த உணர்வு மட்டும் தவறாமல் இருக்கும். அந்த உணர்வுகளுக்குள் தான்இந்த

நினைவுகளும் வாழ்கின்றன. பேசாமல் விட்ட வார்த்தைகள், அனுப்பாமல் வைத்த செய்திகள், அழைக்க நினைத்து அழைக்காமல் போன தருணங்கள், முடியாமல் போன உரையாடல்கள் தொலைவில் இருந்தும் அருகில் இருப்பவர்கள், அருகில் இருந்தும் தொலைந்து போனவர்கள்.அவை எல்லாம் நம்முள் எங்கோ தங்கி இருக்கின்றன.

அவற்றுக்குள் எங்கோ நம்மையும் காணலாம்.அங்கே தான் நம்முடைய அமைதியும் உருவாகிறது. சில நினைவுகள் நமக்காக அல்ல; நம்முள் இருக்கத்தான். அதனால் தான் அவை மறையாமல் இருக்கின்றன. அப்போது தான் நாம் உணர்கிறோம் நினைவுகள் ஒருபோதும் நம்மை விட்டு போவதில்லை.

“நினைவின் கரையில் ஒரு தேநீர் குவளை”
இது ஒரு விளக்கம் அல்ல.
ஒரு தீர்வு அல்ல.
இது ஒரு இடம்
ஒரு இடைவெளி,
ஒரு அமைதி,
ஒரு சிறிய தங்கும் நேரம்.

அந்த அமைதிக்குள் தான் இந்த வரிகளும் இருக்கின்றன. சில நிமிடங்கள் நீங்களும் உங்களோடு அமர்ந்து கொள்ள. ஒரு தேநீர் குவளை போல சிறிது சூடாகவும், சிறிது கசப்பாகவும், ஆனால் மறக்க முடியாததாகவும் இந்த வரிகளும் உங்களுள் தங்கி விடும்.

ஒரு நாள் அவை திரும்பி வந்து நம்முடன் அமைதியாக அமர்கின்றன. அப்போது தான் நாம் உணர்கிறோம்,நினைவுகள் ஒருபோதும் மறையாது. அவை நம்முடன் வாழ கற்றுக்கொள்கின்றன. நாமும் அவற்றோடு

வாழ கற்றுக்கொள்கிறோம். அந்த அமைதியில் ஒரு தேநீர் குவளை எப்போதும் இருக்கும்.

சில நேரங்களில் நாம் நினைப்பது மனிதர்களை அல்ல; அவர்களுடன் இருந்த நம்மையே. அந்த நாட்களில் இருந்த சிரிப்பை, அந்த கவலை இல்லாத நேரத்தை, அந்த எளிமையான உணர்வுகளை அவை மீண்டும் வராது என்பதை தெரிந்தும் நாம் தேடிக்கொண்டே இருப்போம். அதுவே நினைவுகளின் விசித்திரம். நாம் மறக்க முயற்சிப்பது முக்கியமானவற்றை அல்ல; முடிக்க முடியாதவற்றை.

அவை முழுமையடையாதபோது நம்முள் தொடர்ந்து வாழ்கின்றன. அதனால் தான் சில நினைவுகள் இன்னும் உயிருடன் இருக்கின்றன. இந்த நூலில் நீங்கள் காண்பது வரிகள் மட்டும் இல்லை. சில அமைதிகள், சில இடைவெளிகள், சில சொல்லப்படாத உணர்வுகள். சில நேரங்களில் அந்த அமைதிதான் அனைத்தையும் சொல்லி விடுகிறது. அவற்றை நீங்கள் படிக்க வேண்டாம். அவற்றை நீங்கள் உணர வேண்டும்.

ஒரு தேநீர் குவளை
மெதுவாக குளிர்வது போல
இந்த வரிகளும்
மெதுவாக உங்களுள் நிற்கும்.

ஒரு வாசம் போல
மறையாமல்.

அவள் யார் என்று
இதுவரை
அவளும் கேட்டதில்லை
நானும் சொன்னதில்லை
பிரியங்களுக்கு
தெரியாதா?
பிரியம்
யார் என்று?

நடுங்கும் விரல்களை
இறுகப் பிடித்தபடி
ஒரு புன்னகை
அவ்வளவுதான்.
இனி
வாழ்தல் இனிது.

இறக்கை இல்லா
தேவதைகளின்
முகம் சிணுங்கும்
காட்சிகளை
பெருவெளியில்
காண்பதெல்லாம்
பெரும்பாக்கியம்.

அலாதி இன்பம்
அன்புக்கான வரிகள்
அவர்களிடமிருந்து வருவது
அலாதி பிரியம்
அன்புக்கானவர்களே
உடன் வருவது.

நினைப்பதில் இல்லையே
நிலைப்பதில்தானே
அத்துணையும்

நிலவின் மறுபக்கம்
புதியதல்ல
அன்பும் அப்படித்தானே?

ஏதோ ஒன்று
யாதுமானதாகி
ஏதுமில்லை என்று
யாரோ போல.

செழித்து வளரும்
நெற் பவளம் போல
தேங்கி நிற்கும் நினைவுகளில்
தோய்ந்து கிடக்கும்
அழைக்காத அழைப்புகள்.

குமிழி குவளைகளில்
தோன்றும் அரைவட்ட
நினைவலைகளுக்கு
என்ன பெயர் சூட்ட
"நிழல் நிலவு" என்றா?

ஒரு குவளை தேநீர்
என்னவெல்லாம் செய்யும்?
கவிதைகள் சொல்லும்
கதைகள் பேசும்
கடந்த காலம்
மறக்கும்
சில நேரங்களில்
கற்பனையில் கூட
கிறுக்கும்
பல தருணங்களில்
பிரியங்களுடன்
பறக்கவும் வைக்கும்.

பிரிவின் வாசம்
ததும்பும் அறையின்
கதைகளை
பிழைக்கும்
பிறிதொரு நாளில்
கேட்டுக் கொள்வோம்,
செஞ்சுடரே.

குமிழ் தீவுகளில்
சுற்றித் திரியும்
சூர்ப்பனகையா இவள்
இதழுக்கும் இடைக்கும் இடையே
இப்பெரும் போரை
தோற்றுவித்தாளே.

காஸ்மோஸ்களிடம்
கர்வம் தொலைத்த
கதிரியக்க
காதல் கதை இது
தொலைவில் இருந்தும்
தொடர்ந்து இருக்கும்
முடியாத உரையாடல்களில்
முழுமையாய் வாழும்

கடந்து போவதும்
நாட்களை கடத்திப் போவதும்
கனவுகளில் கூட
நடப்பதில்லை

உன் இன்மையே
உறங்கா இரவுகளை
உருவாக்கிச் செல்கிறது.

வெற்றிடங்களிலும்
விளிம்புகளிலும்
காட்சிகளை அல்ல,
இடக்கை பிடித்து நடந்த
இதயங்களைத்தான்
நினைக்கிறது மனம்.

மூப்பரிமாணங்களில்
மூழ்கியவர்களுக்கு
எப்படி புரிய வைப்பேன்,
என் அத்துணை பரிமாணங்களிலும்
அவள்தான்
தெரிகிறாள் என்று?

கைகள் பிணைத்து
காதோடு கதைக்காமல்
தொலைவில் இருந்து
கண்ணோடு கதைக்கும்
கைக்கிளையும்
காதல்தானே?

நீ இல்லா இரவுகளில்
உனக்கென எழுதிய வரிகளையும்,
இறக்கையில்லா
உன் புகைப்படங்களையும்
உருவகப்படுத்தியே
கடக்கிறேன்,
கண்மணி.

அருகில் அமர்ந்திரு
எதுவும் கேட்காதே
உடன் அமர்ந்திரு
உணர்வை புரிந்திடு
அதிகம் யோசிக்காதே
அருகில் இரு
அது போதும்.

மலராய் மாற
நீயே சருகாய் மாறிப்போ
அதிகம் நேசி
மனதளவில் காயப்படு
பிழைகளின் திருத்தங்களாக இரு
சிறு பிதற்றலாகவும் இரு
வேழமென உடன் நில்
ஆதி ஆப்பிளைப் பகிர்ந்து
அவள் அதிகாரம் கற்று
அடங்கி போ.

உரையாடல்கள்
இரு வேறு பரிமாணங்களில்
நடந்தாலும்
விழிகள்
ஒரே பதிலை
தானே சொல்கின்றன.

"Unstable"

அழகி அவள்
ஒரு மனதாகவே
அனைத்தையும் கூறுவாள்
சில நேரங்களில்
அதுவும் இல்லை.
அவன் விருப்பம்
அவளுடன் இருப்பது
அவள் விருப்பம்
அவன் அருகில் மட்டும் இருப்பது.

குளம்பி அருந்தும்
தேவதைகளுக்கு
தெரிவதில்லை
தான் விரல் கோர்த்து பிடிக்கும்
கோப்பையின்
சங்கடங்கள்.

விட்டுச் சென்ற கரங்கள் போலவே
பரிசம் தழுவிச் செல்கின்றன
அவ்வப்போது
அலைகளும்
எதிர்பாராத
தருணங்களில்.

வேறென்ன வேண்டும்
எல்லையின்றி பெய்யும்
மழைக்கு ஒரு குடை
வழியின்றி வழியும் கண்ணீருக்கு
ஒரு கரம்.

அணைத்ததில் விட
அழுததில்
அதிகம் இருக்கிறோம்
"நாம்" என்னும்
மாயையில்.

பிரியங்களின் விரல்களைப் பற்றியபடி
ஒப்பந்தத்தின் வரிகளை
அழிக்கையில் தான் தெரிகிறது
பிரியத்தின் துவக்கம் எல்லாம்
"நண்பர்களாக இருப்போம்" என்ற
ஒப்பந்தத்தோடு தான்
தொடங்கியது என்று.

பிரியங்களிடமும்
பிடித்தங்கள் இருக்கிறது போல
அவர்களுள்
ஒருவராய் இருந்தாலும்,
அப்படி ஒருவர் தான்
நாம்.

அவன் கிறுக்கும்
கோடுகளில்
எப்போதும்
அவள்
பேரழகு தான்

பிரதிபலிக்கும் பிம்பங்களுக்கு
மட்டுமே தெரியும்
பிரதிபலிப்பது
பிம்பங்களை அல்ல,
பிரியங்களை என்று.

பிரியங்களின் பிரிதல்
பிரிதல் அல்ல
இறுகப் பற்றிய
குழந்தையின் விரல்களை
விடுவிக்கும்
தகப்பனின்
புரிதல் அது.

உரைத்தால்
ஒன்றுமற்று போகும்
உரையாடல்களையே
பிரியங்கள் விரும்புகின்றன
உரைப்பதில் என்ன இருக்கிறது?
உணர்வதில் தானே இருக்கிறது
பிதற்றலும்
பிரியங்களும்.

பிரியங்களின் மீது
பிரியம் கொள்வதால்
என்ன மாறிவிடும்?
சூரியன் இருந்தும்
மின்விளக்கு ஏற்றுவதில்லையா?
அதே தான் அது.

பிரியங்களின் பேரன்பு
வெளிப்படுத்தத் தெரியாத,
இரவாடிகள் போன்றது;
அது
பிரியங்களுக்கு மட்டுமே
தெரியும்.

ஆகச் சிறந்த காதலுக்கென
தனி அளவீடுகள் இல்லை,
என் நீலச்சுடரே
தவறுகளிலும் கூட
தவிர்க்க முடியாத
தாகம்தான் அது

நினைவில் தங்கியவளே,
நீலச்சுடரே
எதுவும் நடக்காதது போல,
முகம் சுளித்து,
கடைக்கண் வழி
விழி பார்த்து
கரங்கள் கோர்த்து நட
கவிதைகள் வாசி,
கனவு கான்,
மோதல் செய்
மீண்டும் காதலி.

ஆயிரம் கவிகளில்
அவளுக்கென எழுதியவைகளின்
தொகுப்பு
ஒன்று: தனிமை.

ஆதி காதலின்
அபூர்வ எழுத்து
அவள்.

ஆகாயத்தின் கீழ்
அவர்களும் இருக்கிறார்கள் என்பதற்காக
ஒற்றைக் குடையில்
ஒன்றிணைக்க முடியுமா?

குவித்து வைத்த குவியத்தில்
சிதறுண்ட பிம்பத்தின்
சிறு வெளிச்சத்தில்
தலைகீழ் பிரதிபலிப்பில்
யார் தடம்?

Mood Swing ல்
துளிர்த்த முகபாவனைகளில்
முக்கால் பாகம்
கடந்தாயிற்று;
மீதமுள்ள கால் பாகம் தானே
கண்ணிசைவுகளால்
கடந்திடலாமே?

Mood Swing ல்
உதிர்த்த முத்துக்களுக்கும்
முழு நிலவில்
நீ கொடுத்த முத்தங்களுக்கும்
பெரும் வேறுபாடு இல்லை
இரு பரிமாணங்களிலும்
நான் பெற்ற
இம்சை
அவ்வளவுதான்.

ஆசை முகம் அதுவல்லவோ
அத்தனையும் அரவணைக்க
ஆதி நெருப்பிலும்
அவன் தேடும்
ஆசை முகம் அதுவல்லவோ.

உடையாது இருக்க
உவமைகளையே
உருவகப்படுத்துகிறோம்
சிதறுண்ட சில்லுகளுக்குள்
சிறைப்பட்ட
சிறு குருவியாய்.

பிரிவுழல்தானே பெருங்காதல் !

தவிர்க்க இயலாத
தவறுகளில்
நீயும் ஒருத்தி.

பிரிவுக்கு பின்
தொடரும் கதைகளில்
பிழைக்கு பின்னும்
பிம்பங்களே.

தவறவிட்ட பேருந்தைப் போல
மீண்டும் துளிர்க்கவே இல்லை
அந்த தொலைபேசி எண்
என் தொடுதிரையில்.

சொல்லாத வார்த்தைகளோடு
துண்டித்த அழைப்புகளில்
சிக்கித் தவிக்கிறது
முடியாத உரையாடல்
கூடிய எடையில்,
குரல் மட்டும்
குறைந்த விலையில்.

அழைக்கும் காரணம்
அணை சேரும் முன்
அணைக்கப்படுகிறது
அலைபேசி
அலுவல் தவிர்த்திடாத
ஆவல்
அவசியம் போல

நினைவிருந்தால் அழை
இருக்கிறேன் என
பதிவு செய்.
அருகில் இல்லாத இடங்களிலிருந்து
இரண்டு குறுஞ்செய்தியாவது அனுப்பு.
பிரியங்களுக்கு
பிரிவுழல்களைத் தவிர
வேறெதுவும்
பெரிதாய் தெரியப் போவதில்லை.
நினைவிருந்தால் அழை
இல்லை எனினும்,
இருக்கிறேன் என
தெரியப்படுத்து

காண இயலாத
தொலைதூர இருப்பை
கண்ணெதிரே
கடக்கும் போது,
காலத்தை
சபிக்கின்றோம்
கரம் பிடிக்க
முடியாமல்.

போகாதே என்று சொல்ல
துணிவு இல்லாமல் இல்லை
விலகாதே என
விழி பார்க்க
தைரியம் இன்னும் வரவில்லை.
பிரியத்தின்
பிரியா விடைதான்
பிரிவுழல்களில்
பெரும் பாகம்.

அழ திராணியற்ற
இரவுகளில் தான்
அதிகம் வந்து
செல்கின்றன
அன்பின் நினைவுகள்.

நடுங்கும் விரல்களுக்கு
எப்படி தெரியும்
நடுநிசியில்
வடியும் கண்ணீரை
எப்படி துடைப்பது என்று?

மீண்டும்...
நடுங்கும் விரலுக்கும்,
கனத்த மார்புக்கும்,
கண்ணீர் துடைக்கும் கரத்திற்கும்
எப்படி புரிய வைப்பேன்,
நலமில்லா நாட்கள்
நரகமென்று?

வெட்டுண்ட காயங்களுக்காய்
விரல் பிடித்து அழும்
குழந்தையின் குணம்
விடுபட்ட வரிகளுக்காக
விடைபெறும் இதயம்
அறியுமா?

தேர்ச்சி பெற இயலாத
இடங்களில் மட்டும்
தேர்வு வைப்பது
பிரியங்களின்
பொழுதுபோக்கு போல.
புன்னகையுடனே
தேர்வை நடத்துகிறது;
முடிவு
தெரிந்தும்.

தவறவிடுதலும்
தவறி விழுதலும் தானே
தம்மவர்களுக்கு
நாம் செய்யாத
சத்தியம்.

பிரிவுழல்களைத் தவிர
வேறென்ன
பெரிதாய்
இருந்து விடப் போகிறது?

பிரியங்கள் இல்லா நிலைதான்
உணர்த்தும்
கொஞ்சுதலை விட
கெஞ்சுதல்
நலமென.

யாதுமான பின்
யாசித்து இரத்தல் தவிர
மீதமாய்
வேறென்ன
இருந்து விடப் போகிறது?

ஆகூழ் தங்கள்
அர்த்தங்கள் அழிந்ததடி
போகூழ் என
பொய்யுரைக்கையில்.

"ஜோ"க்களுக்கு
தெரிந்திருக்க வாய்ப்பில்லை
பரியனின் பாசமும்,
அவனின்
அரவணைக்க இயலாத
ஏக்கமும்.

வாழ்ந்து தொலை என்று
வரம் கொடுத்து போகிறாய்
நீ இன்றி வாழ்தலை விட
பெருந்தண்டனை
என்ன இருக்கப் போகிறது?
வாழ்ந்து தொலைகிறேன்.

இல்லாத ஒன்றுக்கு
இவ்வளவு இம்சையா?
இருந்துவிட்டு போகட்டுமே,
கண்மணி
இரு விழி நீருக்கு
இதுவும் காரணம் என்று
சொல்லிக் கொள்ள
மனம் ஒப்பவில்லை
வா,
இருவரும்
இதுவே காரணம் என
சொல்லிக் கொள்வோம்.

மரண சுகத்தின்
மறு பாக்கியம்
மகிழ்வித்து
மகிழ்வதே

பிரியங்களுக்காக
தொலைத்தவற்றை
மீண்டும்
பிரியங்களுக்காகத் தேடுவது
மரண
சுவாஸ்தானம்.

பிரிவுழல்வதில்லை
என்பதெல்லாம்
பிரியங்களின் பிம்பங்களை
காணும் வரை தான்.

பிரியங்களின் கேள்விகளை
எல்லாம் புன்னகைத்தே
கடக்கிறேன்
பிரியங்களுக்கு
தெரியாதா
பிரியத்தின்
பித்து நிலை?

உடைதலும்
பிரியங்களை உடைத்தலும்;
பின்
பிரியங்களிடமே
மீண்டெழுதலும்
பிரியங்களின்
இயல்பாகிறது.

"இருந்தார்கள்" என்பதைக் காட்டிலும்
நம்பும்படியாக இல்லாததே
அதிக வருத்தம் என்று
அவ்வப்போது சொல்வாய்;
அப்படித்தான், சகி
இருப்பவர்கள் எல்லாம்
நம்முடையவர்கள் தான்
நமக்கானவர்கள் இல்லை.

நாம் கொண்ட வலிக்கு
யார் புலம்பி அழுவது?
பிழைகளின் திருத்தங்களை
எங்கு கொண்டு சேர்ப்பது?
பிரியங்களின் சாயல்களை
பிரிவின்றி
எங்கு கோர்ப்பது?
காத்திருக்கும் காதல்களை
எங்கு போய் கலப்பது
பிரியங்களாய்
பிழைகளை
மன்னிக்காவிடில்.

பிரியங்களிடம் பழகிய சொற்களை
பிரியங்களிடமே
மீண்டும் பயன்படுத்தும் போது
தான் தெரிகிறது
பிரியங்களின் கோபம்
எவ்வளவு என்று.

ஆகச் சிறந்த அன்புக்காக
முகப்பு சீட்டை மாற்றிப் பார்த்தாய்
மறைத்து பார்த்தாய்
முகவரி அழித்தும் போனாய்
உன்னை சுவடிகளில் வார்த்தவனுக்கு
பாதச்சுவடு
தெரியாதா?

எந்தன் பிழையே, கண்ணம்மா
கலங்கி நின்ற காலத்தில்
கரங்கள் பிடித்து
கதைக்காதிருந்தது
காலம் சொல்லும் கதைகளில்
படிந்த வினையின் கறைகள்
அத்தனையும்
எந்தன் கைவினைப் பிழைகளே.
காயப்படுத்தாமல்
நேசிக்கத் தெரிந்தவர்கள் எல்லாம்
நேசித்தலின் சாட்சி,

“இருந்திருக்கலாம்”
என்பதெல்லாம்
இல்லை என
ஆன பின்பு தான்.

விலகிச் செல்லும் கரத்திற்கும்
விளக்கம் கொடுக்கும் வரிகளுக்கும்
இடையில் இருப்பது
என்னவோ,
கோடிட்ட வரிகளின்
குறிப்புதான்.

சாளரத்தின் வழி
வாசிக்கப்படுவதாலோ என்னவோ
அழைப்பு மணி
அணி கோர்த்த பின்னும்
வெளியேவே
நின்றுவிடுகின்றன
பிரியங்களின் வார்த்தைகள்.

கரைபட்ட கரங்களுக்கும்
கடன்பட்ட கரங்களுக்கும் இடையில்
கேட்காத, கோர்க்காத
ஓசைகளில்
ஒளிந்து கிடக்கிறது
ஏதோ ஒன்று.

பிரியங்களின் பயமெல்லாம்
பிரியங்களின் பிழைகளை
மன்னிப்பதுதான்.

உதிர்த்து கோர்த்த வார்த்தைகளில்
உணர்வுகள் சிதைந்த
கொடூரத்தில்,
உறக்கம் தொலைத்த
இரவுகள்
உரைத்தவை
மீண்டும்
உடையாதிரு
உடைக்காதிரு.

எங்கு தேடினும்
கிடைக்கவில்லை
கிளைத்த மரத்தின்
ஆணி வேர்
மீதமாய் இருப்பது
உதிர்ந்த இலைகளின்
நிசப்தம் மட்டுமே.

அழைத்திருக்கலாம் தானே
அழைக்கத்தான் நினைத்தேன்.
நினைவுகளில் இருக்கிறாய்,
சில நேரங்களில்
நிலவாகவும் இருக்கிறாய்
ஒரு கணம்
அழைக்க வேண்டும் என
நினைத்திருந்தால்
அழைத்திருக்கலாம்.
ஆம்
நினைத்திருந்தால்
அழைத்திருக்கலாம்

குளிர்ந்த தேநீர் குவளையில்
மீதமிருந்த
விரல் தடங்களை
சேகரித்து வைத்திருக்கிறேன்
முடியாத உரையாடல்களின்
இறுதி வரியில்;
நீ
அடையாளம் காண்பதற்காக.

நாம் நாமாக இல்லாத போது
நான் நானாக இல்லை என்பது
எப்படி நலமாகும், சகி?

பிற நூல்கள்

- எனக்கென எழுதப்படாத கவிதை / *Enakkena Ezhuthappadatha Kavithai*
- நான் பேசா மொழி / *Naan Pesaa Mozhi*

www.ingramcontent.com/pod-product-compliance
Lightning Source LLC
LaVergne TN
LVHW090329210926
848480LV00004B/1342